Impressum
Verlag: BABADADA GmbH, Nedderfeld 112 , 22529 Hamburg
Geschäftsführer / Verlagsleitung: Harald Hof
Druck: Books on Demand GmbH, In de Tarpen 42, 22848 Norderstedt

Imprint
Publisher: BABADADA GmbH, Nedderfeld 112 , 22529 Hamburg, Germany
Managing Director / Publishing direction: Harald Hof
Print: Books on Demand GmbH, In de Tarpen 42, 22848 Norderstedt, Germany

ትምህርት ቤት

学校

除
186/2
ሰሌዳ
黑板
መማሪያ ክፍል
教室
የትምህርት ቤት ቅጥር ግቢ
መምህር
老师
ወረቀት
纸
መፃፍ
书写
እስክሪብቶ
钢笔
መፃፊያ ጠረጴዛ
办公桌
ማስመሪያ
直尺
መጽሐፍ
书
ተማሪ
学生

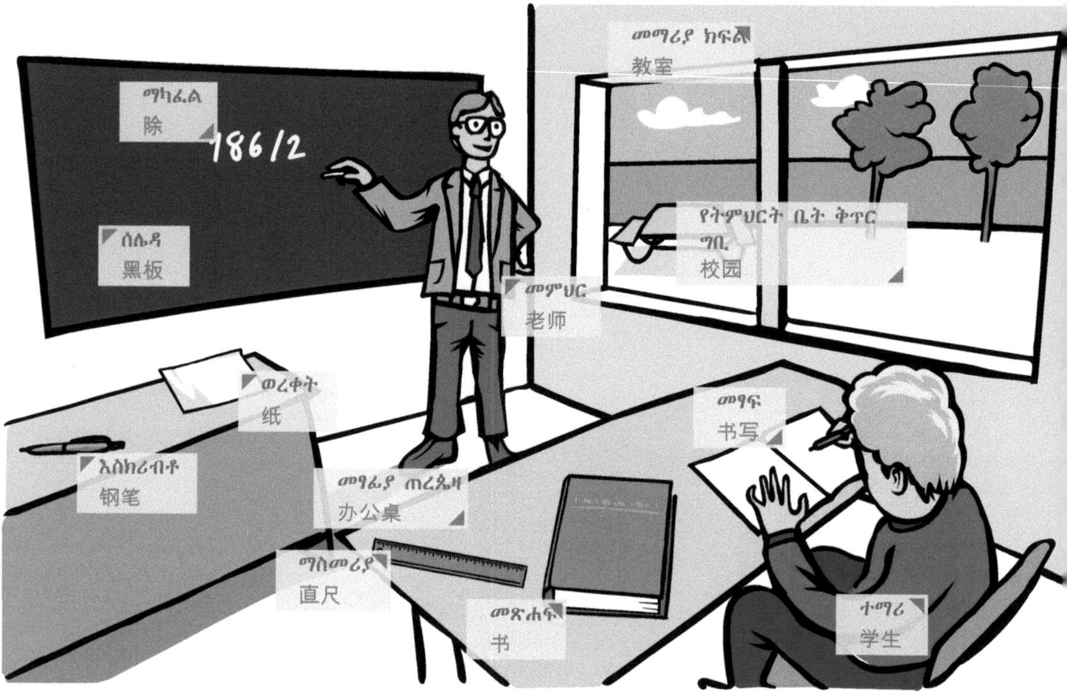

የጀርባ ቦርሳ

书包

የእርሳስ መያዣ

铅笔盒

እርሳስ

铅笔

የእርሳስ መቅረጫ

卷笔刀

ላጲስ

橡皮擦

የስዕል ደብተር

画板

ስዕል

图画

የቀለም ብሩሽ

画笔

የቀለም ሳጥን

颜料盒

መቀስ

剪刀

ማጣበቂያ

胶水

መልመጃ ደብተር

练习册

የቤት ስራ

家庭作业

12

ቁጥር

数字

2+2

መደመር

加

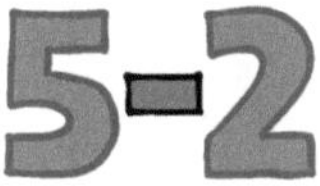

5-2

መቀነስ

减

2×2

ማባዛት

乘

ቁጥሮችን ማስላት

计算

A

ደብዳቤ

字母

ABCDEFG
HIJKLMN
OPQRSTU
VWXYZ

ፊደላት

字母表

ቃል

字

ፅሑፍ

课文

ማንበብ

读

ጠመኔ

粉笔

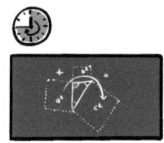

ትምህርት

上课

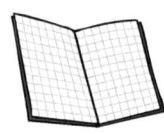

ምዝገባ

登记

ፈተና

考试

ሰርተፊኬት

证书

የትምህርት ቤት የደንብ ልብስ

校服

ትምህርት

教育

አዉደ ጥበብ

百科全书

ዩኒቨርስቲ

大学

የምርምር አጉሊ መሳርያ

显微镜

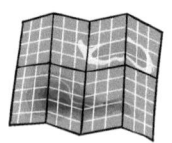

ካርታ

地图

የቆሻሻ ወረቀት መጣያ ቅርጫት

废纸篓

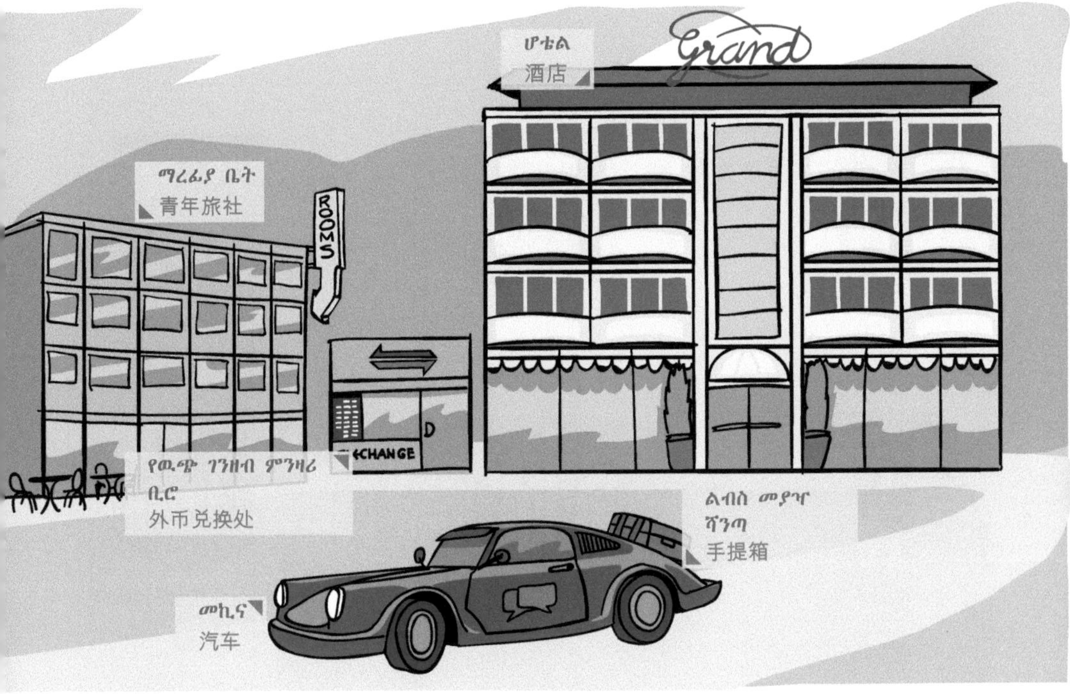
ሆቴል
酒店
Grand
ማረፊያ ቤት
青年旅社
ROOMS
የውጭ ገንዘብ ምንዛሪ ቢሮ
外币兑换处
EXCHANGE
ልብስ መያዣ ሻንጣ
手提箱
መኪና
汽车

ቋንቋ

语言

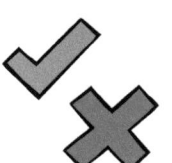

አዎ/ አይደለም

是/否

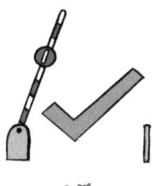

እሺ

好的

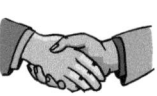

ሰላም

您好

አስተርጓሚ

翻译员

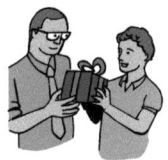

አመሰግናለሁ

谢谢

ስንት ነዉ.......?

......多少钱？

አልገባኝም

我不明白

እክል

问题

እንደምን አመሹ!

晚上好！

እንደምን አደሩ!

早上好！

መልካም ምሽት!

晚安！

ደህና ይሰንብቱ

再见

አቅጣጫ

方向

ሻንጣ

行李

ቦርሳ

包

የጀርባ ቦርሳ

双肩包

እንግዳ

客人

ክፍል

房间

የመተኛ ቦርሳ

睡袋

ድንኳን

帐篷

የጎብኚዎች መረጃ

旅游信息

የባህር ዳርቻ

海滩

ክሬዲት ካርድ

信用卡

ቁርስ

早餐

ምሳ

午餐

እራት

晚餐

ቲኬት

票

አሳንሰር

电梯

ማህተም

邮票

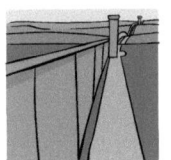

ድንበር

边界

ባህሎች

海关

ኤምባሲ

大使馆

ቪዛ/የይለፍ ወረቀት

签证

ፓስፖርት

护照

መጓጓዣ

交通运输

አዉሮፕላን
飞机
መርከብ
船
የእሳት አደጋ መኪና
消防车
የጭነት መኪና
卡车
የሞተር ጀልባ
汽艇
ብስክሌት
自行车
መኪና
汽车

የማመላለሻ ጀልባ

摆渡船

ጀልባ

小船

የሞተር ብስክሌት

摩托车

የፖሊስ መኪና

警车

የዉድድር መኪና

赛车

የኪራይ መኪና

租车

የመኪና መጋራት

拼车

ጎታች መኪና

拖车

የቆሻሻ ጭነት መኪና

垃圾车

ሞተር

发动机

ነዳጅ

汽油

የቤንዚን ማደያ

加油站

የመንገድ ምልክት

交通标志

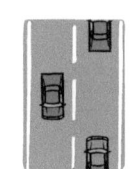

የመኪኖች እንቅስቃሴ

交通

የመኪና መጨናነቅ

交通堵塞

የመኪና ማቆሚያ

停车场

የባቡር ጣቢያ

火车站

የባቡር ሀዲዶች

轨道

ባቡር

火车

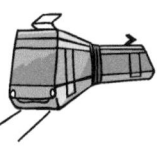

የኤሌክትሪክ ባቡር

电车

ሰረገላ

货车

ሄሊኮፕተር
....
直升机

አየር ማረፊያ
....
机场

ማማ
....
塔

መንገደኛ
....
乘客

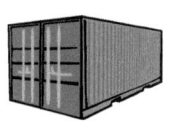

ማስቀመጫ፤ ማጠራቀሚያ
....
集装箱

ካርቶን እቃ ማሸጊያ
....
纸板箱

ጋሪ፤ ተሳቢ
....
手推车

ቅርጫት
....
篮子

መነሳት/ ማረፍ
....
起飞/降落

ከተማ

城市

መንደር
....
村庄

የከተማ ማዕከል
....
市中心

ቤት
....
房子

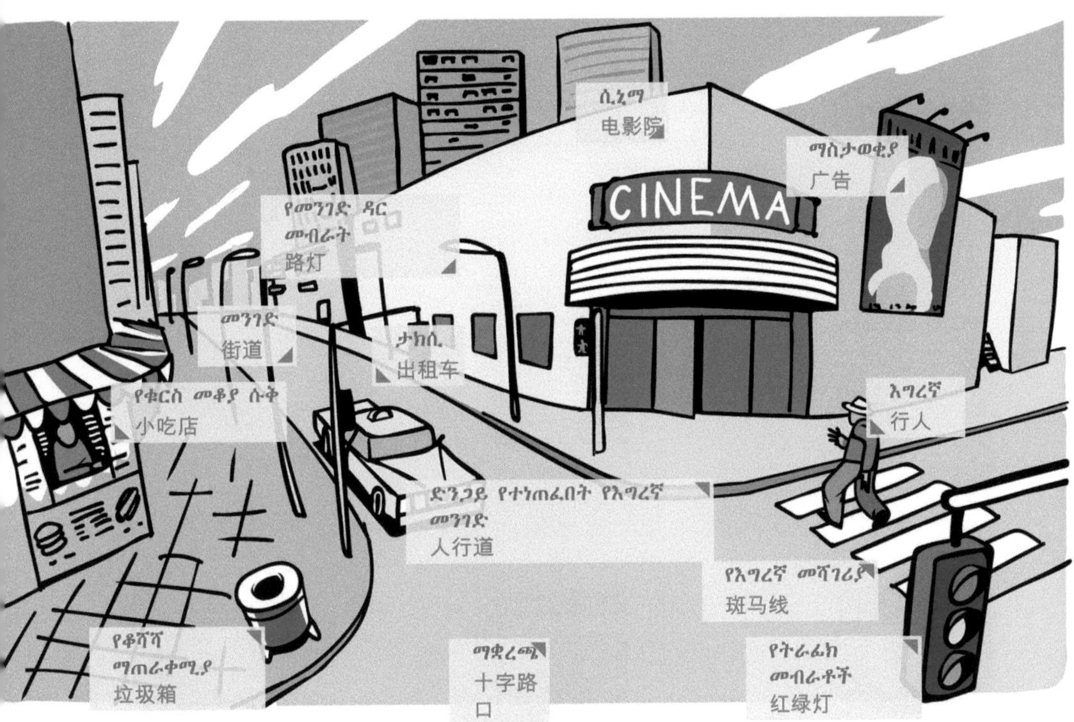

ሲኒማ
电影院
CINEMA
ማስታወቂያ
广告
የመንገድ ዳር መብራት
路灯
መንገድ
街道
ታክሲ
出租车
የቁርስ መቆያ ሱቅ
小吃店
እግረኛ
行人
ድንጋይ የተነጠፈበት የእግረኛ መንገድ
人行道
የእግረኛ መሻገሪያ
斑马线
የቆሻሻ ማጠራቀሚያ
垃圾箱
ማቋረጫ
十字路口
የትራፊክ መብራቶች
红绿灯

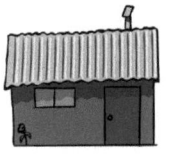

ጎጆ

小屋

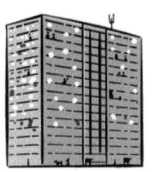

አፓርታማ

公寓

የባቡር ጣቢያ

火车站

የከተማ አዳራሽ

市政厅

MUSEUM

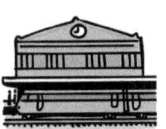

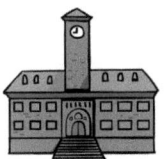

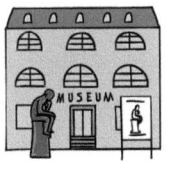

ቤተ መዘክር

博物馆

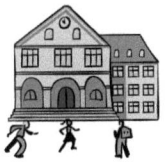

ትምህርት ቤት

学校

ዩኒቨርስቲ

大学

ባንክ

银行

ሆስፒታል

医院

ሆቴል

酒店

መድሐኒት ቤት

药房

ቢሮ

办公室

መፅሐፍ መሸጫ

书店

ሱቅ

商店

የአበባ መሸጫ

花店

የሸቀጣ ሸቀጥ መደብር

超市

ገበያ ስፍራ

市场

መደብር

百货商店

የዓሳ ነጋዴ

鱼店

የገበያ ማዕከል

购物中心

ወደብ

海港

መናፈሻ ቦታ

公园

አግዳሚ ወንበር

长凳

ድልድይ

桥

ደረጃዎች

楼梯

ዉስጥ ለዉስጥ

地铁

ዋሻ

隧道

የአዉቶቡስ ፌርማታ

公交车站

ባር

酒吧

ምግብ ቤት

餐馆

የፖስታ ሳጥን

邮筒

የመንገድ ምልክት

路标

የመኪና ማቆሚያ ሒሳብ የሚያሰላ ማሽን

停车计时器

የደር እንስሳት ማቆያ

动物园

የመዋኛ ገንዳ

游泳馆

መስጊድ

清真寺

እርሻ
....
农场

የሚበክል ነገር
....
污染

መቃብር ስፍራ
....
墓地

ቤተ ክርስቲያን
....
教堂

መጫወቻ ሜዳ
....
操场

ቤተ መቅደስ
....
寺庙

መልከዓምድር
地形

ቅጠል
树叶

የመንገድ ላይ
ምልክት
指示牌

መንገድ
路

አረንጓዴ መስክ
草地

ድንጋይ
石头

ዛፍ
树

በእግሩ የሚጓዝ
徒步旅行者

ወንዝ
河

ሳር
草

አበባ
花

ሸለቆ

峡谷

ኮረብታ

山

ሀይቅ

湖

ጫካ

森林

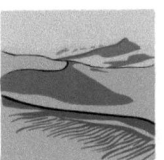

በረሃ

沙漠

እሳተ ገሞራ

火山

ግምብ

城堡

ቀስተ ዳመና

彩虹

እንጉዳይ

蘑菇

የቴምብር ዛፍ/ ዘንባባ

棕榈树

ቢንቢ/ የወባ ትንኝ

蚊子

በራሪ

苍蝇

ጉንዳን

蚂蚁

ንብ

蜜蜂

ሸረሪት

蜘蛛

ጢንዚዛ

甲虫

እንቁራሪት

青蛙

ሽኮኮ

松鼠

ጃርት

刺猬

ጥንቸል

野兔

ጉጉት ወፍ

猫头鹰

ወፍ

鸟

የዉሃ ዳክዬ

天鹅

ከርከሮ

野猪

አጋዘን

鹿

አጋዘን

麋鹿

ግድብ

水坝

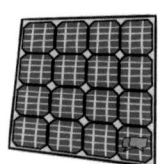

በነፋስ የሚሽከረከር

风力发电机

የፀሀይ ፓኔሎ

太阳能电池板

አየር ንብረት

气候

16 መልከዓምድር - 地形

ምግብ ቤት
餐馆

አስተናጋጅ
服务员
ማዉጫ
菜单
ወንበር
椅子
ሾርባ
汤
ፒዛ
披萨饼
መክተፊያ
የጠረጴዛ ጨርቅ
桌布

የምግብ ፍላጎትን የሚከፍት ምግብ
前菜

ዋና ምግብ
主菜

ማ ሚያ ተከታይ ምግብ
甜点

መጠ ች
饮料

ምግብ
食物

ጠርሙስ
瓶子

ፈጣን ምግብ

快餐

የመንገድ ምግብ

街边小吃

የሻይ ማንቆርቆሪያ

茶壶

የስኳር እቃ

糖盒

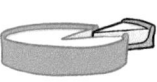

ድርሻ

一份饭菜

የቡና ማፊያ ማሽን

意式咖啡机

ባለጌ ወንበር

高脚椅

የክፍያ ደረሰኝ

账单

ትሪ

托盘

ቢላዋ

刀

ሹካ

餐叉

ማንኪያ

勺子

የሻይ ማንኪያ

茶匙

ልብስ ምግብ እንዳይነካ የሚረዳ ጨርቅ

餐巾

ብርጭቆ

玻璃杯

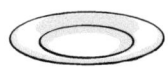

ዝርግ ሰሀን

碟子

የሾርባ ጎድጓዳ ሰሀን

汤盘

የስኒ ማስቀመጫ

碟子

ማጣፈጫ ስጎ

酱

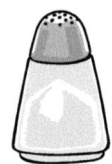

የጨዉ እቃ

盐瓶

የተፈጨ ቃሪያ

胡椒磨

ኮምጣጤ

醋

የምግብ ዘይት

食用油

ቀመማ ቅመሞች

调味料

የቲማቲም ድልህ

番茄酱

ሰናፍጭ

芥末

ማዮኒዝ

蛋黄酱

የሸቀጣ ሸቀጥ መደብር

超市

特价
ደምበኛ
顾客
የወተት ተዋፅዖ
乳制品
ፍራፍሬ
水果
ባለ ጎማ የእጅ ጋሪ
购物车

ሉካንዳ ነጋዴ

肉铺

መጋገርያ

面包房

ክብደት መመዘን

称重

ቅጠላ ቅጠል አትክልት

蔬菜

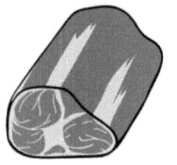

ስጋ

肉

የቀዘቀዘ/የረጋ ምግብ

冷冻食品

ቀዝቃዛ ቁራጭ

冷盘

የታሸገ ምግብ

罐头食品

የማጠቢያ ዱቄት

洗衣粉

ጣፋጮች

甜食

የቤት ዉስጥ ዉጤቶች

日用品

የፅዳት ምርቶች

清洁用品

የሽያጭ ባለሙያ

销售员

የገንዘብ መመዝገቢያ ማሽን

收银机

የሒሳብ ሰራተኛ

收银员

የግዢ ዝርዝር

购物清单

ክፍት ሰዓታት

开放时间

የኪስ ቦርሳ

钱包

ክሬዲት ካርድ

信用卡

ቦርሳ

袋子

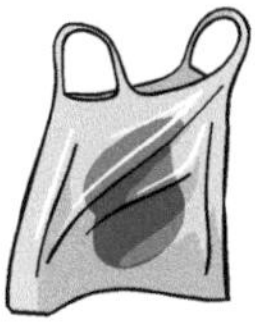

የፕላስቲክ ቦርሳ

塑料袋

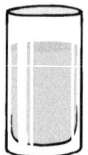

መጠጦች

饮料

ውሃ

水

ጭማቂ

果汁

ወተት

牛奶

ኮካ-ኮላ

可乐

ወይን

红酒

ቢራ

啤酒

አልኮል

酒

ኮካ

可可

ሻይ

茶

ቡና

咖啡

የተፈላ ቡና

意式浓缩咖啡

ካፑቺኖ

卡布奇诺

ሙዝ
香蕉

ፖም
苹果

ብርቱካን
橙子

ሀብሀብ
西瓜

ሎሚ
柠檬

ካሮት
胡萝卜

ነጭ ሽንኩርት
大蒜

ሸምበቆ
竹子

ቀይ ሽንኩርት
洋葱

እንጉዳይ
蘑菇

ለዉዝ
坚果

የህፃናት ምግብ
面条

ፓስታ

意大利面条

ሩዝ

米饭

ሰላጣ

沙拉

የድንች ጥብስ

薯条

ድንች ጥብስ

炸土豆

ፒዛ

披萨饼

ቦ ዉስጥ በስሱ ተጠብሶ የገባ ስጋ

汉堡包

ሳንድዊች

三明治

ጥሬ ስጋ

炸猪排

የአሳማ ስጋ

火腿

በቅመምና በጨዉ የታሸ ምግብ ቀዝቅዞ የሚበላ ሾርባ ምግብ

萨拉米

ቋሊማ

香肠

ዶሮ

鸡肉

ጥብስ

烤肉

አሳ

鱼

የአጃ ገንፎ
燕麦片

ከወተት ጋር ተደባልቀዉ የሚበሉ ..ምግቦች..
穆兹利

የበቆሎ ቅርፊት
玉米片

ዱቄት
面粉

ኩራሳ
羊角面包

ድብልብል ዳቦ
面包卷

ዳቦ
面包

መጥበስ
烤面包

ብስኩት
饼干

ቅቤ
黄油

እርጎ
凝乳

ኬክ
蛋糕

እንቁላል
蛋

እንቁላል ጥብስ
煎蛋

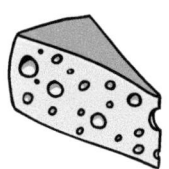

አይብ
奶酪

የበረዶ ክሬም

冰激凌

ስኳር

糖

ማር

蜂蜜

ማርማላት

果酱

የተናጠ የወተት ክሬም

巧克力酱

ማጣፈጫ

咖喱饭

እርሻ

农场

የእህልና የከብት ማቀመጫ ቤት
粮仓
የጭድ ክምር
稻草捆
ሜዳ
田野
ፈረስ
马
ተሳቢ መኪና
拖车
የእርሻ መኪና
拖拉机
የፈረስ ዉርንጭላ
马驹
አህያ
驴
በግ
羊
የበግ ጠቦት
羔羊

ፍየል

山羊

ላም

奶牛

ጥጃ

牛犊

አሳማ

猪

ግልገል አሳማ

小猪

ኮርማ

公牛

ዝይ

鹅

ዳክዬ

鸭

የዶሮ ጫጩት

小鸡

ዶሮ

母鸡

አዉራ ዶሮ

公鸡

አይጥ

鼠

ደድመት

猫

አይጥ

老鼠

በሬ

牛

ዉሻ

狗

የዉሻ ቤት

狗屋

የአትክልት ቦታ

花园浇水软管

ዉሃ ማጠጫ ባልዲ

洒水壶

ረጅም ማጭድ

长柄大镰刀

ማረሻ

犁

ማጭድ

镰刀

መኮትኮቻ

锄头

የእህል መንሽ

长柄草耙

መጥረቢያ

斧头

ኩርኩር/ የእጅ ጋሪ

独轮手推车

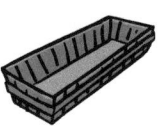

ገንዳ

饲料槽

የወተት ዕቃ

牛奶罐

ጆንያ ከረጢት

麻布袋

አጥር

栅栏

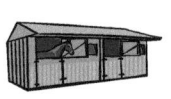

የፈረስ ጋጣ

马厩

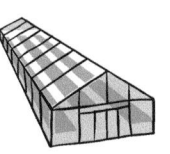

ዕፅዋት ማሳደጊያ የመስታዉት ቤት

温室

አፈር

土壤

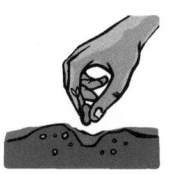

ዘር

种子

የመሬት ማዳበሪያ

肥料

ጥምር ማረሻ

联合收割机

አዝመራ መሰብሰብ

收割

አዝመራ

收割

ድንች

山药

ስንዴ

小麦

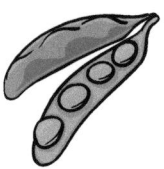

ሶያ

大豆

ድንች

土豆

በቆሎ

玉米

የከብት መኖ

油菜籽

የፍሬ ዛፍ

果树

የካሳቫ ዛፍ

树薯

እህል

谷物

የጪስ ማዉጫ
烟囱

ጣራ
屋顶

አሸንዳ
落水管

መስኮት
窗户

ጋሬጅ
车库

የበር ደወል
门铃

የተቆሻሻ ማጠራቀሚያ
垃圾桶

በር
门

ፖስታ ሳጥን
信箱

የአትክልት ቦታ
花园

ሳሎን

客厅

መታጠቢያ ቤት

浴室

ማድቤት

厨房

መኝታ ቤት

卧室

የልጅ ክፍል

儿童房

መመገቢያ ክፍል

餐厅

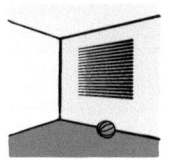

ወለል

地板

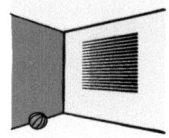

ግድግዳ

墙壁

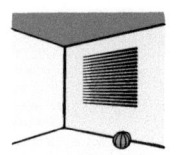

ጣሪያ

吊顶

ምድር ቤት

地窖

በእንፋሎት ሙቀት መታጠቢያ ቤት

桑拿

ሰገነት

阳台

ከፍ ያለ መደብ

露台

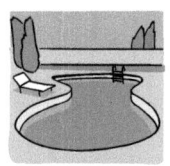

የመዋኛ ገንዳ

游泳池

የማጨጃ መኪና

割草机

አንሶላ

被单

የአልጋ ልብስ

床罩

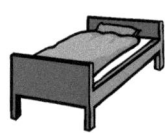

አልጋ

床

መጥረጊያ

扫帚

ባልዲ

水桶

ማብሪያና ማጥፊያ

开关

ሳሎን
客厅

የግድግዳ ወረቀት
壁纸
ፎቶ
照片
መብራት
台灯
መደርደሪያ
搁架
ቁም ሳጥን፣ ካቢኔ
橱柜
ቴሌቪዥን
电视机
የእሳት መሞቂያ
壁炉
አበባ
花
ትራስ
垫子
ሶፋ
沙发
የአበባ ማስቀመጫ
花瓶
ሪሞት ኮንትሮል
遥控器

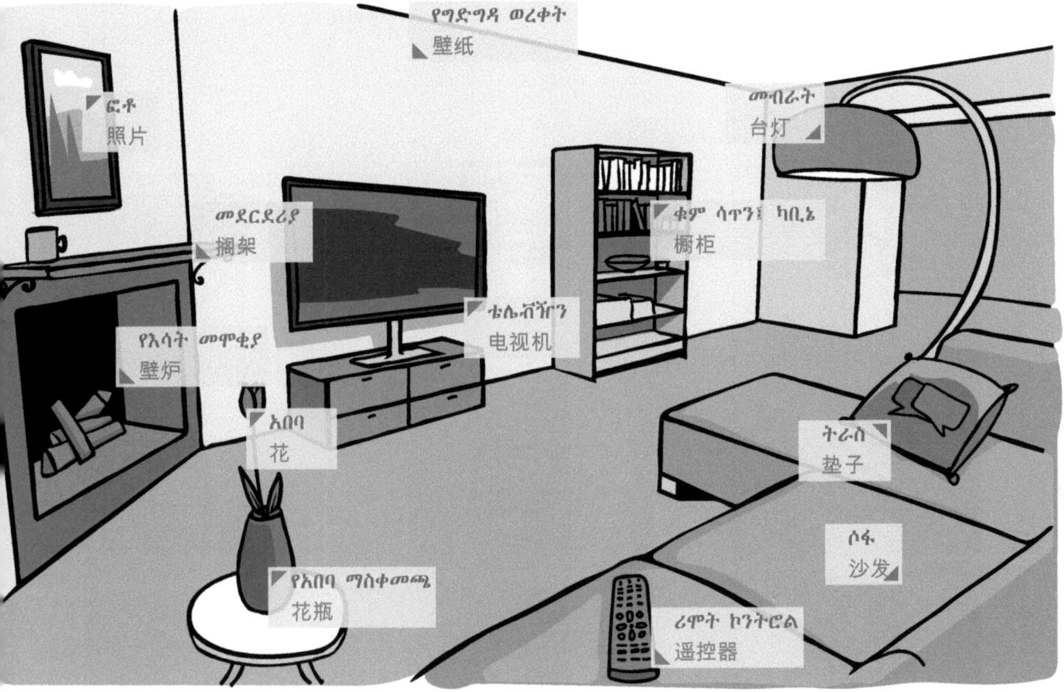

ንጣፍ

地毯

መጋረጃ

窗帘

ጠረጴዛ

餐桌

ወንበር

椅子

ተወዛዋዥ ወንበር

摇椅

ባለመደገፊያ ወንበር

扶手椅

መጽሐፍ

书

ብርድ ልብስ

毯子

ጌጥ

装饰品

ማገዶ

木柴

ፊልም

电影

የሙዚቃ መማጫወቻ

高保真音响

ቁልፍ

钥匙

ጋዜጣ

报纸

ስዕል

油画

የተለጠፈ ማስታወቂያ እንደ ስዕል

海报

ራዲዮ

收音机

ማስታወሻ ደብተር

笔记本

የአየር ማፅጃ ለምንጣፍ

吸尘器

ቁልቋል

仙人掌

ሻማ

蜡烛

ማድቤት
厨房

ማቀዝቀዣ
冰箱
ማይክሮዌቭ ምግብ ማብሰያ
微波炉
የኩሽና መመዘኛ ሚዛን
ዳቦ መጥበሻ
烤面包机
ንፁህ ማድረጊ
洗洁精
ምድጃ
烤箱
ማቀዝቀዣ
冰柜
የቆሻሻ ማጠራቀሚያ
垃圾桶
እቃ ማጠቢያ
洗碗机

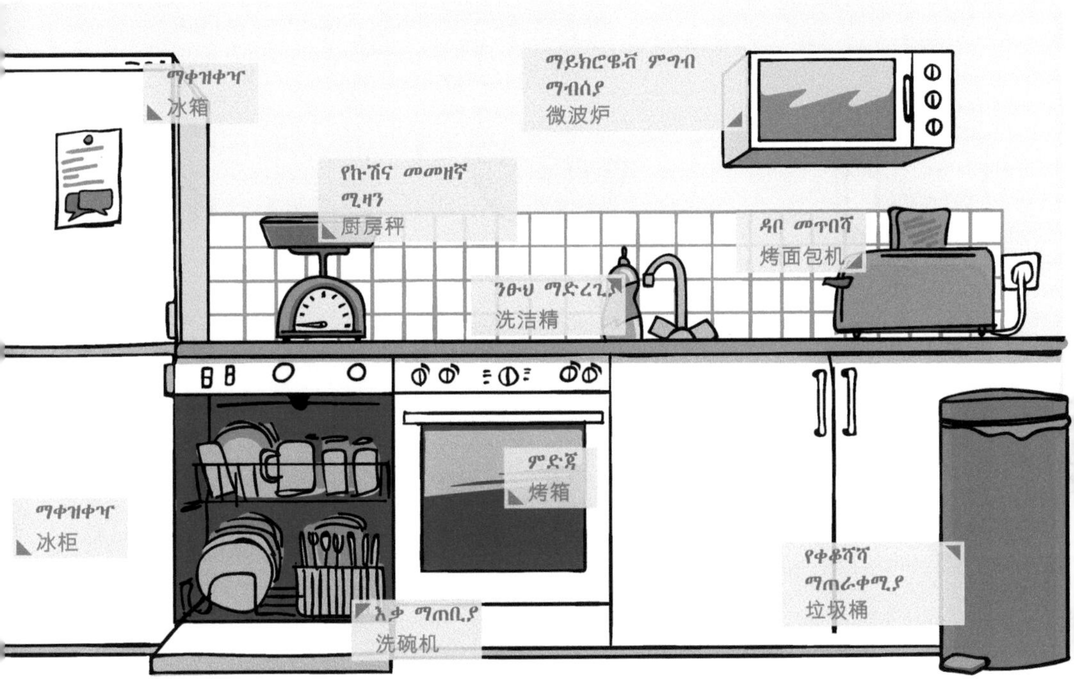

ምግብ አብሳይ

炊具

ማሰሮ

锅

የብረት ማሰሮ

铸铁锅

ምግብ ማብሰያ ዝርግ ድስት

炒锅

የምግብ መጥበሻ

平底锅

ማንቆርቆሪያ

水壶

የእንፋሎት ማብሰያ

蒸锅

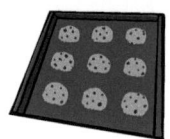

የመጋገሪያ ትሪ

烤盘

ሰብስቦች

陶瓷锅

ትልቅ ኩባያ

马克杯

ጎድጓዳ ሳህን

碗

ቾፕስቲክስ

筷子

ጭልፋ

长柄勺

መሰቅሰቂያ ዝርግ ማንኪያ

铲子

ማደባለቂያ

搅拌器

መወጠሪያ

滤网

ወንፊት

筛子

መፈርፈሪያ መሳሪያ

磨碎机

ሲሚንቶ

研钵

የፍም ጥብስ

烧烤

የተለቀቀ እሳት

明火

መክተፊያ

菜板

ተንሸራታች መርፌ

擀面杖

የጠርሙስ መክፈቻ

开瓶器

ጣሳ

罐子

የጣሳ መክፈቻ

开罐器

የማሰሮ መሸፈኛ

隔热手套

ሳህን ማጠቢያ

水槽

ብሩሽ

刷子

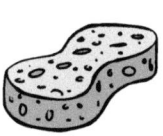

ስፖንጅ

海绵

መደባለቂያ መሳሪያ

搅拌机

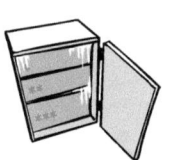

በጣም ማቀዝቀዣ

冷藏箱

ጡጦ

奶瓶

ቧንቧ

水龙头

ማድቤት - 厨房 37

መታጠቢያ ቤት

浴室

ማሞቂያ
供暖设备
መታጠቢያ
ፎጣ
毛巾
የመታጠቢያ ቤት መጋረጃ
浴帘
የአረፋ መታጠቢያ
泡沫浴
የመታጠቢያ ገንዳ
浴缸
ብርጭቆ
玻璃杯
የልብስ ማጠቢያ
洗衣机
ቧንቧ
水龙头
ማዕዘን ወለል
瓷砖
便壶
ሳህን ማጠቢያ
水槽

ሽንት ቤት

厕所

የሽንት ቤት መቀመጫ

蹲便器

ሳፋ

坐浴器

የመንገድ ዳር መሽኛ

小便池

የሽንት ቤት ወረቀት

厕纸

የሽንት ቤት ማፅጃ ብሩሽ

马桶刷

38 መታጠቢያ ቤት - 浴室

የጥርስ ብሩሽ

牙刷

የጥርስ ሳሙና

牙膏

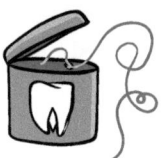

የጥርስ ማፅጃ ክር

牙线

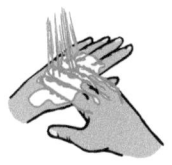

መታጠብ

洗

የእጅ መታጠቢያ

手持式喷淋头

መታጠቢያ

冲洗器

ጎድጓዳ ሳህን

洗脸盆

የጀርባ ብሩሽ

擦背刷

ሳሙና

肥皂

የመታጠቢያ የሚዝለገለግ ሳሙና

沐浴露

የፀጉር መታጠቢያ ሳሙና

洗发水

ለስላሳ ጨርቅ

法兰绒

ፍሳሽ

排水

ክሬም

乳霜

ጠረን መቀየሪያ ንጥረ ነገር

除臭剂

መስታወት

镜子

የእጅ መስታወት

手镜

ምላጭ

剃须刀

የመላጫ አረፋ

剃须泡沫

ከመላጨት በኋላ የሚቀባ ሽቱ

须后水

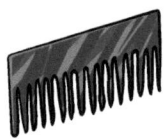

ማበጠሪያ

梳子

ብሩሽ

刷子

የፀጉር ማድረቂያ

吹风机

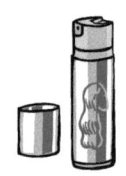

በፀጉር ላይ የሚነፋ

喷发定型剂

የፊት መቀባቢያ

化妆品

የከንፈር ቀለም

唇膏

የጥፍር ቀለም

指甲油

የጥጥ ሱፍ

化妆棉

ጥፍር መቁረጫ

指甲剪

ሽቶ

香水

ማጠቢያ ባልዲ

洗漱包

መቀመጫ

凳子

ሚዛን

计重秤

የመታጠቢያ ልብስ

浴袍

የላስቲክ ጓንት

橡胶手套

ሞዴስ

卫生棉条

የፅዳት ፎጣ

卫生巾

የሽንት ቤት ኬሚካል

化学厕所

የልጅ ክፍል

儿童房

የማንቂያ ደዉል ሰዐት
闹钟
የህፃን አሻንጉሊት
毛绒玩具
የመጫወቻ መኪና
玩具车
ማንገጫገጫ መጫወቻ
拨浪鼓
የአሻንጉሊት ቤት
玩具屋
ስጦታ
礼物

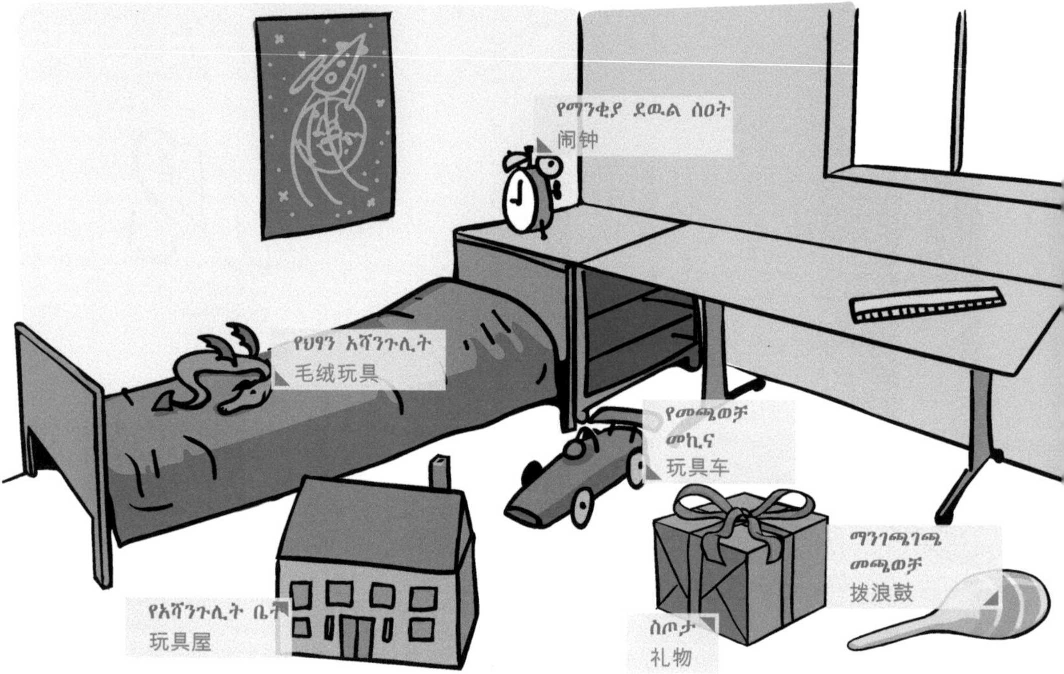

ፊኛ

气球

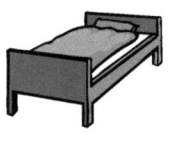

አልጋ

床

የህፃን ማንሸራሸሪያ ጋሪ

（洋娃娃用）婴儿车

የካርታ መጫወቻ

扑克牌

ቁርጥራጭ ምስሎችን የማገጣጠም እና ምስል የማግኘት ጨዋታ

拼图

አዝናኝ

漫画

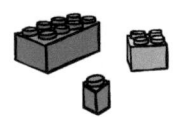

ተገጣጣሚ መጫወቻ

乐高积木

የመጫወቻ መገጣጠሚያዎች

积木玩具

የድርጊት ምስል

玩具人

የህፃን እድገት

婴儿服

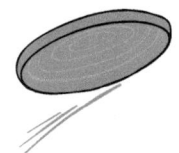

የፕላስቲክ መጫወቻ ዝርግ ሰሀን

飞盘

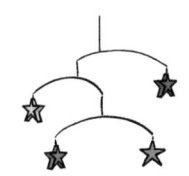

ተወዛዋዥ የህፃን ማጫወቻ

床铃玩具

የሰሌዳ ጨዋታ

棋盘游戏

የመጫወቻ ጠጠር

骰子

የመጫወቻ ባቡር

火车模型

የእንጀራ እናት ጡጦ

安抚奶嘴

ድግስ

聚会

የስዕል መፅሀፍ

绘本

ኳስ

球

አሻንጉሊት

洋娃娃

መጫወት

玩

የአሸዋ መጫወቻ

沙坑

ዥዋዥዌ

秋千

መጫወቻዎች

玩具

የቪዲዮ መጫወቻ

游戏机

ባለ ሶስት ጎማ ብስክሌት

三轮车

የአሻንጉሊት ድብ

泰迪熊

ቁምሳጥን

衣柜

አልባሳት

衣服

ካልሲዎች

袜子

ስቶኪንጎች

长袜

ታይት

紧身裤

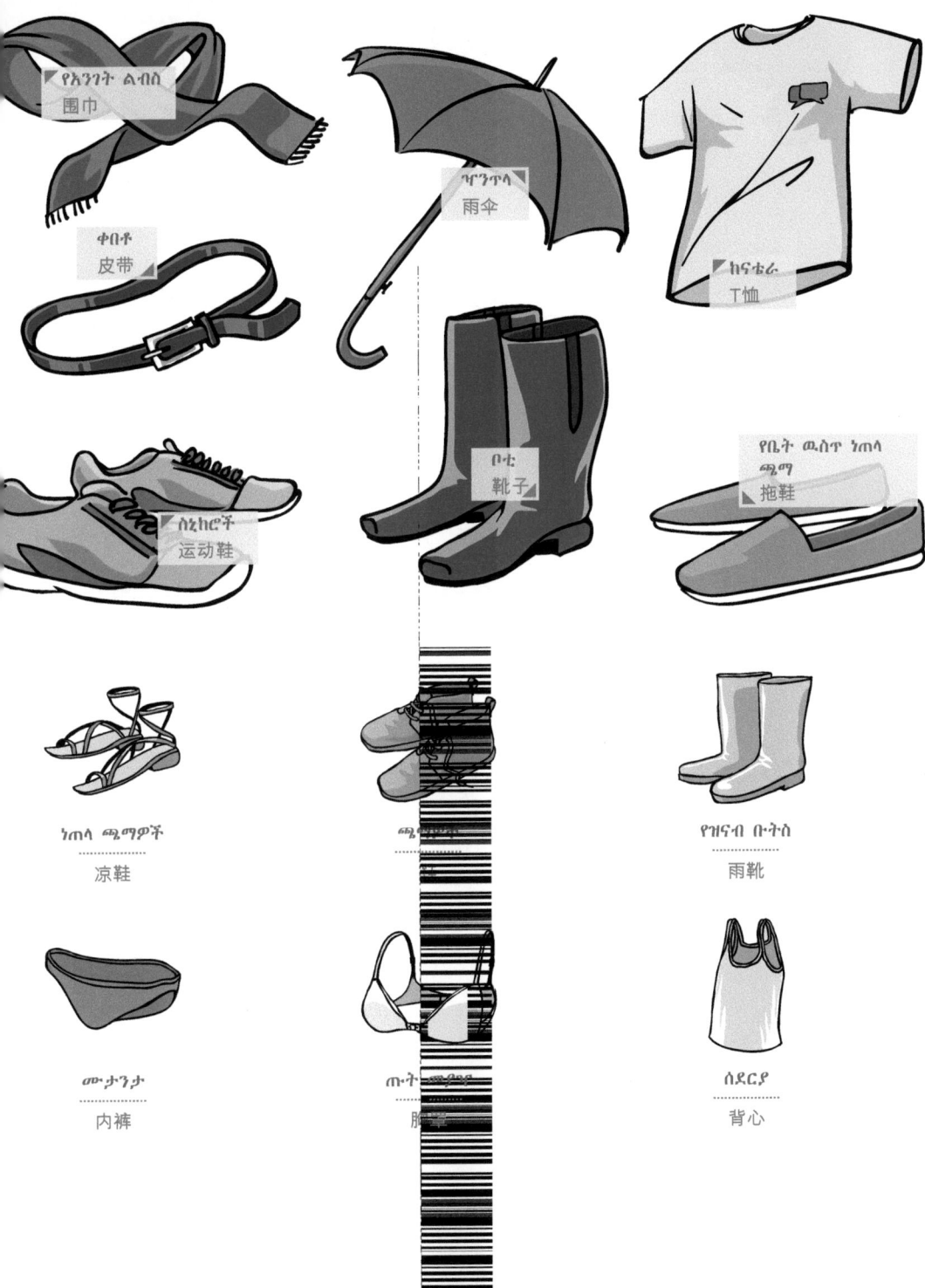

የአንገት ልብስ
围巾

雨伞

ከናቴራ
T恤

ቀበቶ
皮带

ቦቲ
靴子

ስኒከሮች
运动鞋

የቤት ዉስጥ ነጠላ ጫማ
拖鞋

ነጠላ ጫማዎች

凉鞋

ጫ[illegible]

[illegible]

የዝናብ ቡትስ

雨靴

ሙታንታ

内裤

ጡት መያዣ

[illegible]

ሰደርያ

背心

ሰዉነት

身体

ሱሪዎች

裤子

ጅንስ

牛仔裤

ጉርድ ቀሚስ

短裙

ሸሚዝ

女式衬衫

ሸሚዝ

衬衫

የሚጠለቅ ሹራብ

套头衫

ሹራብ

卫衣

ዩኒፎርም ጃኬት

西装夹克

ጃኬት

夹克

ኮት

外套

የዝናብ ኮት

雨衣

ልብስ

套装

ቀሚስ

连衣裙

የሙሽራ ቀሚስ

婚纱

ሱፍ

西装

የለሊት ልብስ

睡袍

የለሊት ልብስ

睡衣

ረጅም ቀሚስ

莎丽

ሂጃብ

头巾

ጥምጣም

包头巾

ቡርቃ

波卡

ሽርጥ

卡夫坦

አባያ

(阿拉伯式)长袍

የዋና ልብስ

泳衣

አጭር ቁምጣ

男式泳裤

ቁምጣዎች

短裤

የስራ ቱታ

运动服

ሽርጥ

围裙

ጓንት

手套

ቁልፍ

纽扣

መነፅር

眼镜

አምባር

手链

የአንገት ሀብል

项链

ቀለበት

戒指

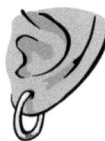

የጆሮ ጌጥ

耳环

ኮፍያ

便帽

የኮት መስቀያ

衣架

ኮፍያ

帽子

ከረቫት

领带

ዚፕ

拉链

የብረት ቆብ

头盔

መደገፊያ

背带

የትምህርት ቤት የደንብ ልብስ

校服

የደንብ ልብስ

制服

መሃረብ

围兜

የእንጀራ እናት ጡጦ

安抚奶嘴

ሽንት ጨርቅ

尿不湿

ቢሮ

办公室

ማስራጫ ጣቢያ
服务器
የፋይል መደርደሪያ ካቢኔ
文件柜
የህትመት መሳሪያ
打印机
ወረቀት
纸
መቆጣጠሪያ
显示屏
ማዉዝ
鼠标
መፃፊያ ጠረጴዛ

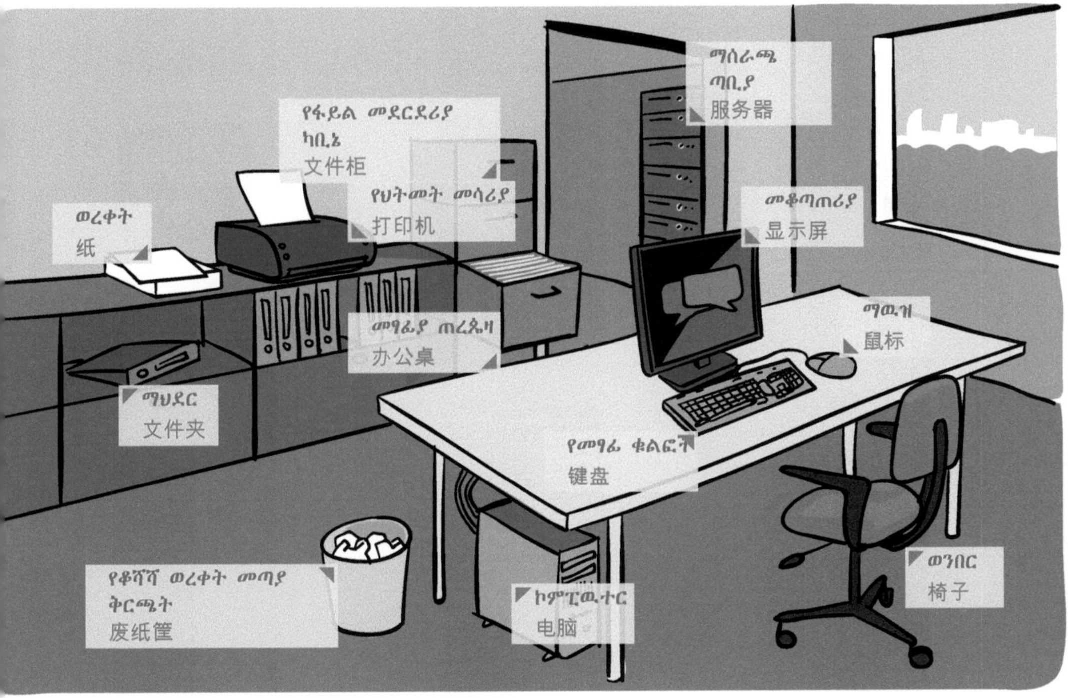

የቡና መጠጫ ትልቅ ኩባያ

咖啡杯

ማስልያ ማሽን

计算器

ኢንተርኔት

因特网

ላፕቶፕ

笔记本电脑

ደብዳቤ

信件

መልዕክት

消息

ተንቀሳቃሽ ስልክ

手机

የግንኙነት አዉታር

网络

ማባዣ ማሽን

复印机

ሶፍትዌር

软件

ስልክ

电话

የግድግዳ ሶኬት

插座

የፋክስ ማሽን

传真机

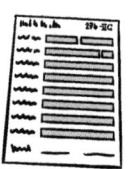

ቅፅ

表格

ሰነድ

文件

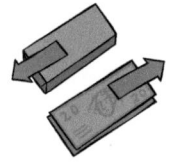

መግዛት

买

መክፈል

付钱

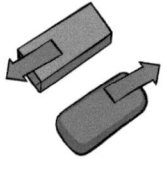

መነገድ

交易

ገንዘብ

现金

ዶላር

美元

ዩሮ

欧元

የን

日元

ሩብል

卢布

የስዊዝ ፍራንክ

瑞士法郎

ሬንሚንቢ ዩዋን

人民币

ሩጲ

卢比

የገንዘብ ነጥብ

提款处

የዉጭ ገንዘብ ምንዛሪ ቢሮ

外币兑换处

ወርቅ

金

ብር

银

ዘይት

石油

ሀይል፤ ጉልበት

能源

ዋጋ

价格

ግንኙነት

合同

ቀረጥ

税金

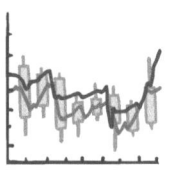

አክስዮን

股票

መስራት

工作

ተቀጣሪ

职员

ቀጣሪ

老板

ፋብሪካ

工厂

ሱቅ

商店

የስራ ሙያዎች

职业

የፖሊስ አዛዥ
警官
የእሳት አደጋ ሰራተኛ
消防员
ምግብ አብሳይ
厨师
ዶክተር
医生
አብራሪ
飞行员

አትክልተኛ

园丁

አናጢ

木匠

ልብስ ሰፊ ሴት

裁缝

ዳኛ

法官

ቀማሚ

化学家

ተዋናይ

演员

የአዉቶቢስ ሹፌር

公交车司机

የታክሲ ሹፌር

出租车司机

አሳ አጥማጅ

渔夫

ፅዳት ሰራተኛ

清洁女工

የጣራ ሰራተኛ

屋顶工

አስተናጋጅ

服务员

አዳኝ

猎人

ሰዓሊ

画家

ጋጋሪ

面包师

የኤሌትሪክ ሰራተኛ

电工

ገምቢ

建筑工人

መሃንዲስ

工程师

ልኳንዳ

屠夫

የቧንቧ ሰራተኛ

水管工

የፖስታ ሰራተኛ

邮递员

ወታደር
....
士兵

መሃንዲስ
....
建筑师

የሒሳብ ሰራተኛ
....
收银员

አበባ ሻጭ
....
花农

የፀጉር ሰራተኛ
....
理发师

ቲኬት ቆራጭ
....
售票员

መካኒክ
....
机械师

ካፒቴን
....
船长

የጥርስ ሐኪም
....
牙医

ተመራማሪ
....
科学家

መምህር
....
拉比

የሙስሊም ሃይማኖታዊ መሪ
....
伊玛目

መነኩሴ
....
和尚

ካህን
....
牧师

መሳሪያዎች

工具

መዶሻ
铁锤
ተቆላፊ ጉጠት
钳子
መፍቻ
螺丝刀
የመሳሪ መፍቻ
扳手
ባትሪ
手电筒

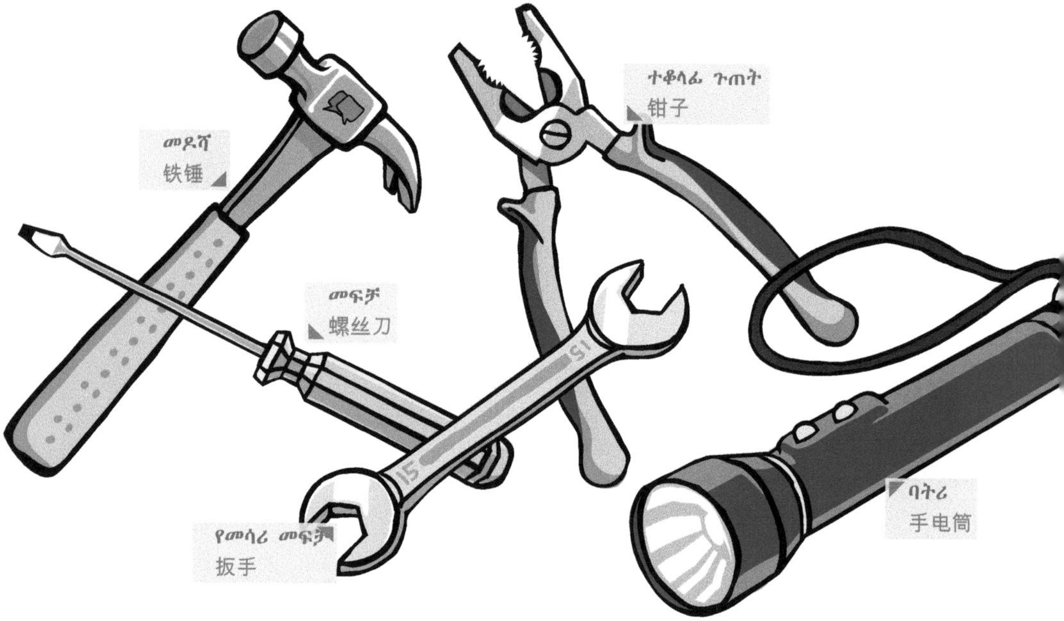

በቁፋሮ የሚዝቅ

挖掘机

የመፍቻ ሳጥን

工具箱

መሰላል

梯子

መጋዝ

锯子

ምስማር

钉子

መሰርሰሪያ

钻机

መጠገን

修

አካፋ

铲子

የተረገመ!

靠！

ቆሻሻ ማፈሻ

簸箕

የቀለም ቆርቆሮ

油漆桶

ብሎን

螺丝

የሙዚቃ መሳሪያዎች

乐器

የድምፅ ማጉያ
扬声器
የከበሮ መሳሪያዎች
ክራር መሰል የሙዚቃ
መሳሪያ
吉他
ድርብ ቤዝ ጊታር
低音提琴
የትንፋሽ ሙዚቃ
መሳሪያ
小号

የሙዚቃ መሳሪያዎች - 乐器

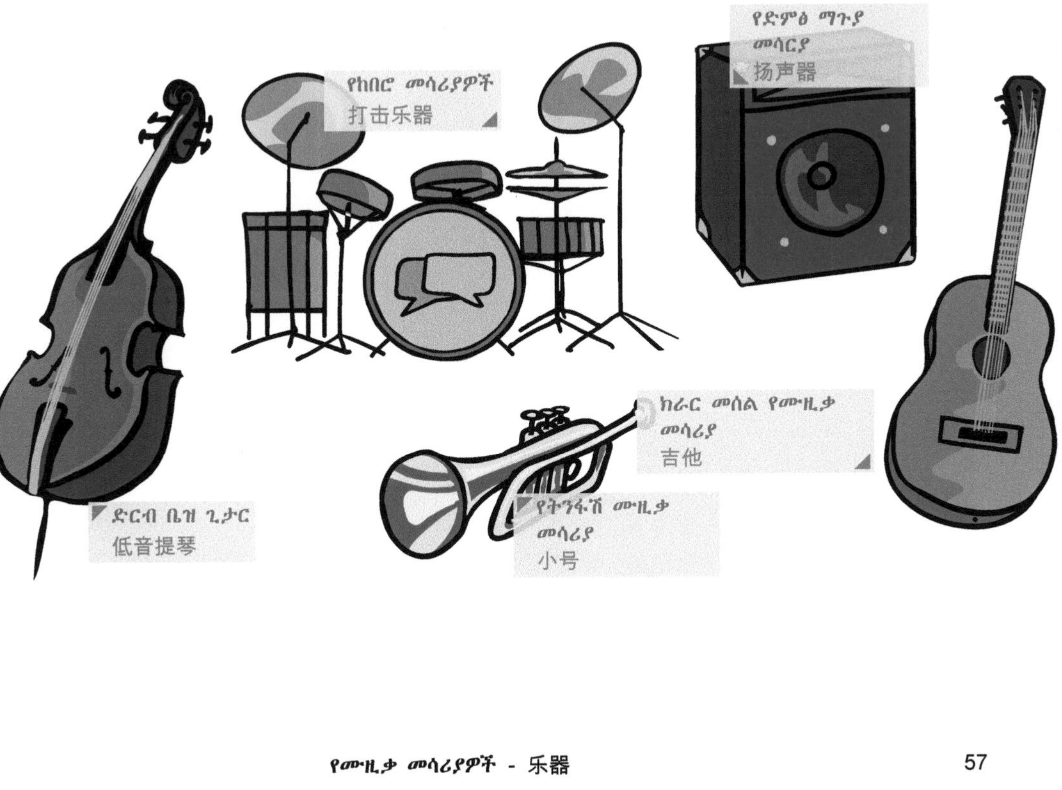

ፒያኖ

钢琴

ቫዮሊን

小提琴

ወፍራም ፤ ጎርናና ድምፅ ያለዉ ክራር መሰል ሙዚቃ መሳሪያ

贝斯

ነጋሪት

定音鼓

ከበሮ

鼓

በኤሌክትሪክ የሚሰራ ፒኖ

电子琴

የትንፋሽ ሙዚቃ መሳሪያ

萨克斯管

ዋሽንት

长笛

የድምፅ ማጉያ

麦克风

ነብር
老虎
ሳጥን
笼子
የሜዳ አህያ
斑马
የእንስሳ ምግብ
动物饲料
ትልቅ ድብ
熊猫
入口

እንስሳቶች

动物

ዝሆን

大象

ካንጋሮ

袋鼠

አዉራሪስ

犀牛

ትልቅ ዝንጀሮ

大猩猩

ድብ

熊

ግመል

骆驼

ሰጎን

鸵鸟

አንበሳ

狮子

ጦጣ

猴子

ቅልጥመ ረዥም ወፍ

火烈鸟

በቀቀን

鹦鹉

የወዋልታ ድብ

北极熊

የዋልታ ወፎች

企鹅

ረጅም ጥርሶች ያሉትአሳ ነባሪ

鲨鱼

ጣዎስ

孔雀

እባብ

蛇

አዞ

鳄鱼

የዱር አራዊት የሚጠበቁበት ማቆያን የሚጠብቅ

动物园管理员

አሳ በሊታ የባህር እንስሳ

海豹

የዱር ድመት

美洲豹

ድንክ ፈረስ

矮种马

ነብር

豹

ጉማሬ

河马

ቀጭኔ

长颈鹿

ንስር

老鹰

ከርከሮ

野猪

አሳ

鱼

የባህር ኤሊ

龟

የባህር አዉሬ

海象

ቀበሮ

狐狸

የሜዳ ፍየል፤ሚዳቋ

羚羊

የስፖርት አይነቶች

体育

የአሜሪካ እግርኳስ
橄榄球
የብስክሌት ስፖርት
骑自行车
ቴኒስ
网球
የቅርጫት ኳስ
篮球
ዋና
游泳
የቡጢ ስፖርት
拳击
የበረዶ ላይ የገና ጨዋታ
冰球

እግር ኳስ

英式足球

የላበ ኳስ ጨዋታ

羽毛球

አትሌቲክስ

田径

የእጅ ኳስ ስፖርት

手球

የበረዶ መንሸራተት ስፖርት

滑雪

ፈረስ ግልቢያ

马球

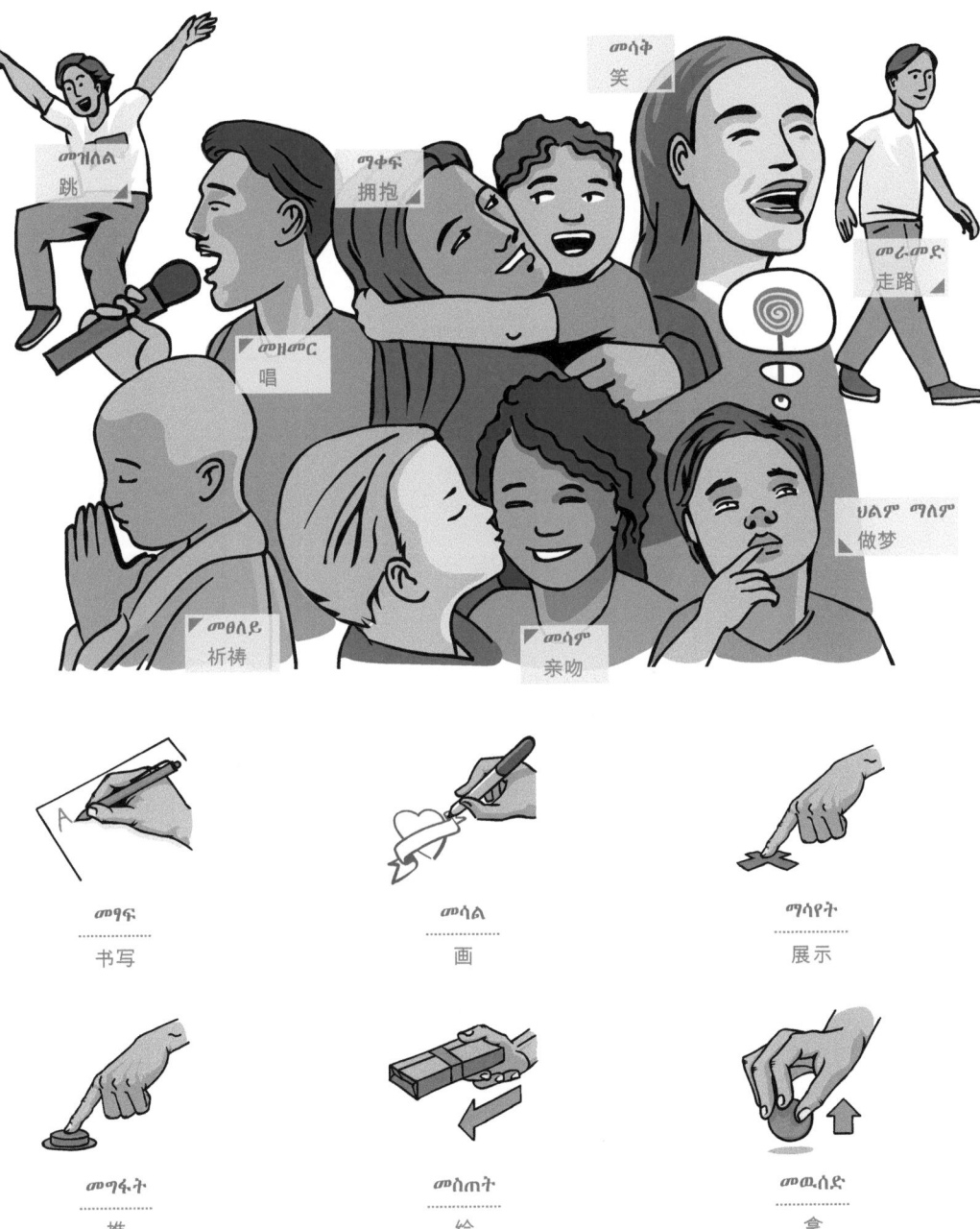

እንቅስቃሴዎች
活动

መፃፍ
书写

መሳል
画

ማሳየት
展示

መግፋት
推

መስጠት
给

መዉሰድ
拿

መያዝ

有

ማድረግ

做

መሆን

当

መቆም

站

መሮጥ

跑

መሳብ

拉

መወርወር

扔

መዉደቅ

摔倒

መዋሸት

躺

መጠበቅ

等待

መሸከም

携带

መቀመጥ

坐

መልበስ

穿衣

መተኛት

睡觉

መንቃት

醒来

መመልከት

看

ማልቀስ

哭

መጫር

抚摸

ማበጠር

梳头

ማዉራት

交谈

መረዳት

明白

ጥያቄ

问

ማዳመጥ

听

መጠጣት

喝

መብላት

吃

ማንፃት

清理

ማፍቀር

爱

ምግብ ማብሰል

做饭

መንዳት

开车

መብረር

飞

መርከብ መንዳት

航行

ቁጥሮችን ማስላት

计算

ማንበብ

读

መማር

学习

መስራት

工作

ማግባት

结婚

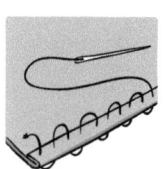

መስፋት

缝

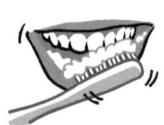

ጥርስ መቦረሽ

刷牙

መግደል

杀

ማጨስ

抽烟

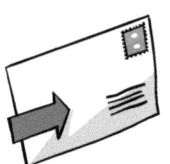

መላክ

寄

የሴት አያት
祖母
የወንድ አያት
祖父
አባት
父亲
እናት
母亲
婴童
ሴት ልጅ
女儿
ወንድ ልጅ
儿子

እንግዳ

客人

አክስት

阿姨

አጎት

叔叔

ወንድም

兄弟

እህት

姐妹

አካል

身体

ግንባር
አይን
眼睛
ትከሻ
肩膀
ጣት
手指
ፊት
脸
አገጭ
下巴
እጅ
手
ጡት
乳房
እግር
腿
ክንድ
手臂

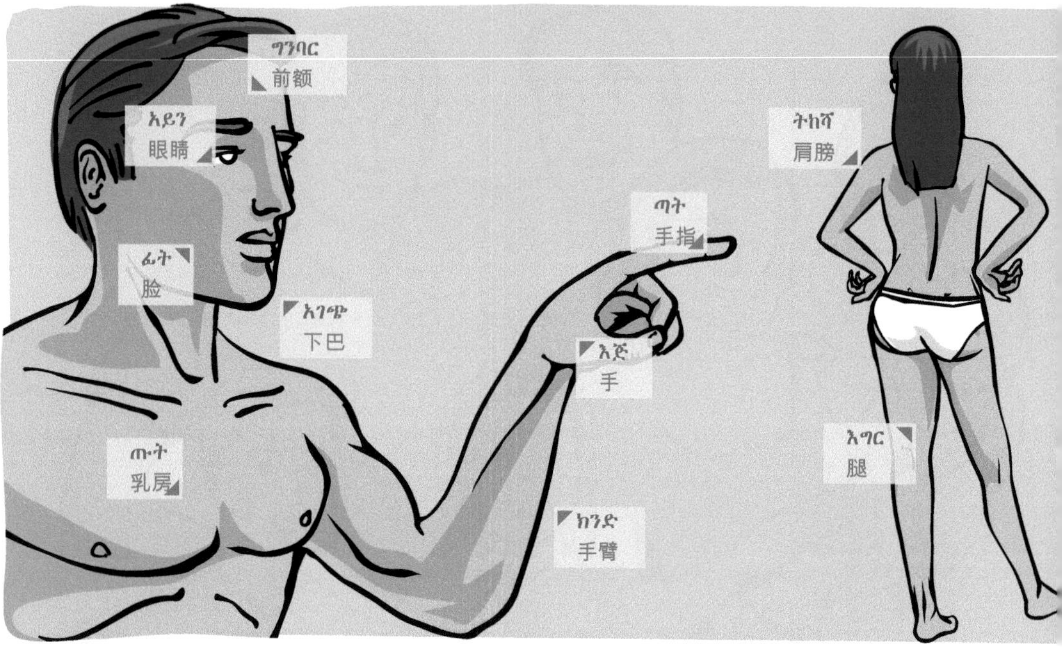

ህፃን

婴童

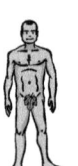

ሰዉ

男人

ሴት

女人

ልጃገረድ

女孩

ወንድ ልጅ

男孩

ራስ

头

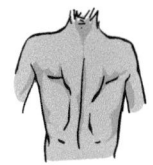

ጀርባ

背部

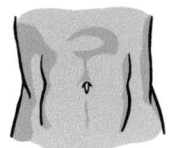

ሆድ

肚子

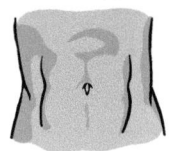

እምብርት

肚脐

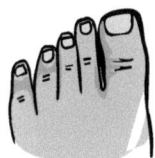

የእግር ጣት

脚趾

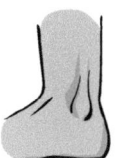

ተረከዝ

脚后跟

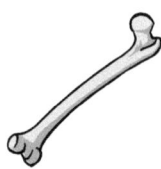

አጥንት

骨头

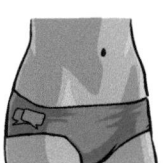

ዳሌ

臀部

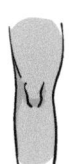

ጉልበት

膝盖

ክርን

手肘

አፍንጫ

鼻子

ቂጥ

屁股

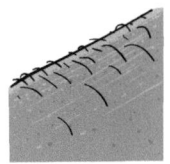

ቆዳ

皮肤

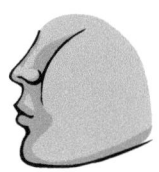

ጉንጭ

脸颊

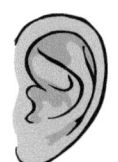

ጆሮ

耳朵

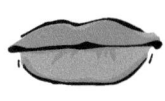

ከንፈር

嘴唇

አፍ
....
嘴

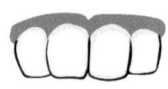

ጥርስ
....
牙齿

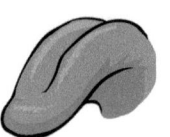

ምላስ
....
舌头

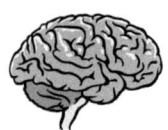

አንጎል
....
脑

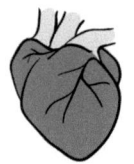

ልብ
....
心脏

ጡንቻ
....
肌肉

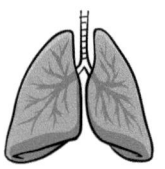

ሳምባ
....
肺

ጉበት
....
肝脏

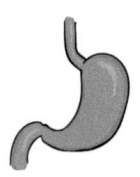

ሆድ
....
胃

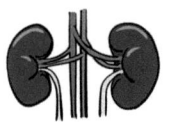

ኩላሊቶች
....
肾脏

የግብረስጋ ግንኙነት
....
性交

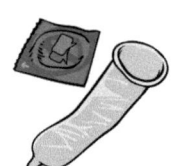

ኮንዶም
....
避孕套

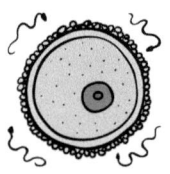

የሴት እንቁላል
....
卵子

የዘር ፈሳሽ
....
精子

እርግዝና
....
怀孕

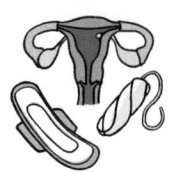

የወር አበባ
....

月经

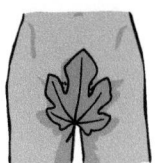

እምስ
....

阴道

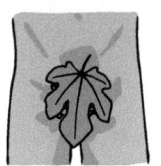

ቁላ
....

阴茎

ቅንድብ
....

眉毛

ፀጉር
....

头发

አንገት
....

脖子

ሆስፒታል
医院

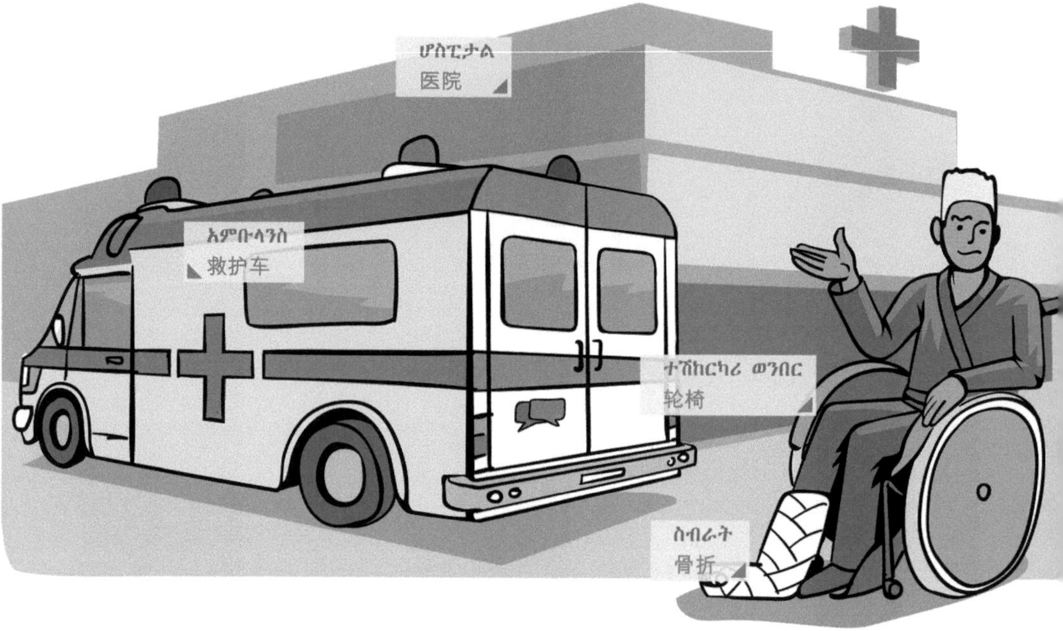

ሆስፒታል
医院
አምቡላንስ
救护车
ተሽከርካሪ ወንበር
轮椅
ስብራት
骨折

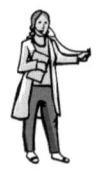

ዶክተር

医生

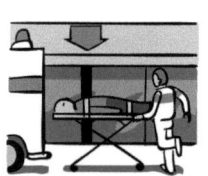

ድንገተኛ ክፍል

急诊室

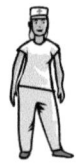

ነርስ

护士

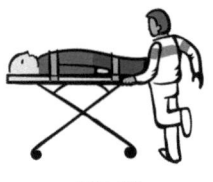

ድንገተኛ

紧急情况

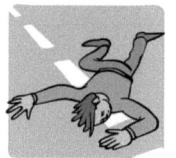

ራስን መሳት/ አለማወቅ

昏迷

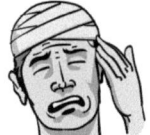

ህመም

痛

ጉዳት

受伤

መድማት

出血

የልብ ድካም

心脏病发作

ስትሮክ

中风

አለርጂ

过敏

ሳል

咳嗽

ትኩሳት

发烧

ኢንፍሉዌንዛ

流感

ተቅማጥ

腹泻

የራስ ምታት

头痛

ካንሰር

癌症

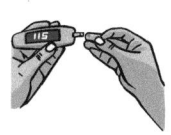

የስኳር በሽታ

糖尿病

ቀዶ ጠጋኝ ሐኪም

外科医生

የቀዶ ጥገና ስለት

手术刀

ቀዶ ጥገና

手术

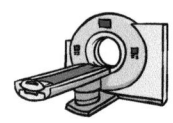

ሲቲ

CT

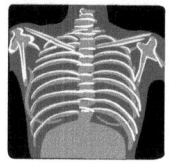

ኤክስሬዩ

X光

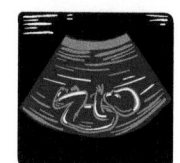

አልትራሳዉንድ

超声波

የፊት ጭምብል

口罩

በሽታ

疾病

መጠበቂያ ክፍል

候诊室

ምርኩዝ

拐杖

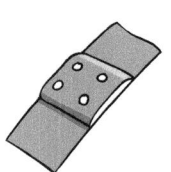

የቁስል ማሸጊያ

石膏

ፋሻ

绷带

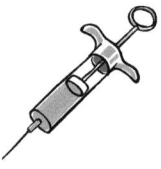

መርፌ

注射

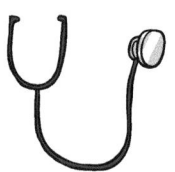

የልብ ምት ማዳመጫ መሳሪያ

听诊器

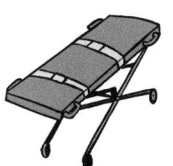

የበሽተኛ አልጋ

担架

የህክምና ሙቀት መለኪያ መሳሪያ

体温计

መውለድ

出生

ከልክ ያለፈ ክብደት

超重

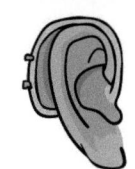

ለመስማት የሚረዳ መሳሪያ

助听器

ፀረ ተባይ መድሀኒት

消毒液

ማመርቀዝ

感染

ቫይረስ

病毒

ኤች አይቪ ኤድስ

艾滋病

ህክምና

药物

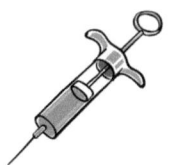

ክትባት

接种疫苗

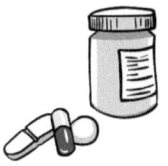

ኪኒን

药片

ኪኒን

药丸

አስቸኳይ የስልክ ጥሪ

急救电话

ደም ግፊት መቆጣጠሪያ

血压计

ህመም/ ጤንነት

生病/健康

ድንገተኛ

紧急情况

እርዳታ!

救命！

ማንቂያ ደወል

警报

ጥቃት

突击

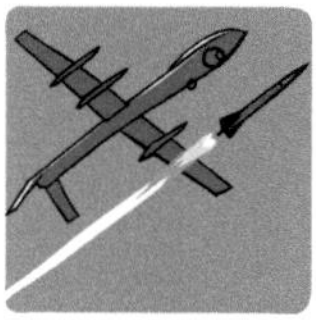

ድብደባ

攻击

አደጋ

危险

የድንገተኛ መዉጫ

紧急出口

እሳት!

着火啦！

እሳት ማጥፊያ

灭火器

አደጋ

意外

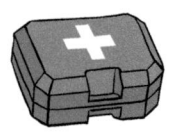

የመጀመሪያ እርዳታ መድሃኒት መያዣ

急救箱

ነፍስ አድን

呼救信号

ፖሊስ

警察

አዉሮፓ

欧洲

ሰሜን አሜሪካ

北美洲

ደቡብ አሜሪካ

南美洲

አፍሪካ

非洲

እስያ

亚洲

አዉስትራሊያ

澳洲

አትላንቲክ

大西洋

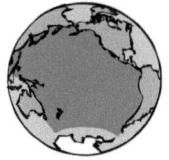

ፓስፊክ

太平洋

የህንድ ዉቅያኖስ

印度洋

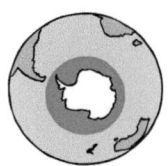

አንታርክቲክ ዉቅያኖስ

南冰洋

አርክቲክ ዉቅያኖስ

北冰洋

ሰሜን ዋልታ

北极

ደቡብ ዋልታ
南极

አንታርክቲካ
南极洲

ምድር
地球

መሬት
陆地

ባህር
海

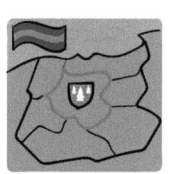

ደሴት
岛

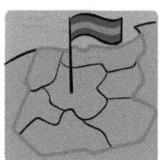

አገርና ህዝብ
国家

መንግስት
国家

ሰዓት

钟表

የሰዓት ገፅታ

钟面

ሰዓት

时针

ደቂቃ

分针

ሴኮንድ

秒针

ስንት ሰዓት ነው?

现在几点？

ቀን

天

ጊዜ

时间

አሁን

现在

የቁጥር ሰዐት

电子表

ደቂቃ

分

ሰዓታት

时

ሰኞ 周一 **MO**

ማክሰኞ 周二 **TU**

ረቡዕ 周三 **W**

ሐሙስ 周四 **TH**

አርብ 周五 **FR**

ቅዳሜ 周六 **SA**

እሁድ 周日 **SO**

TUE **MON** 2 1 ×

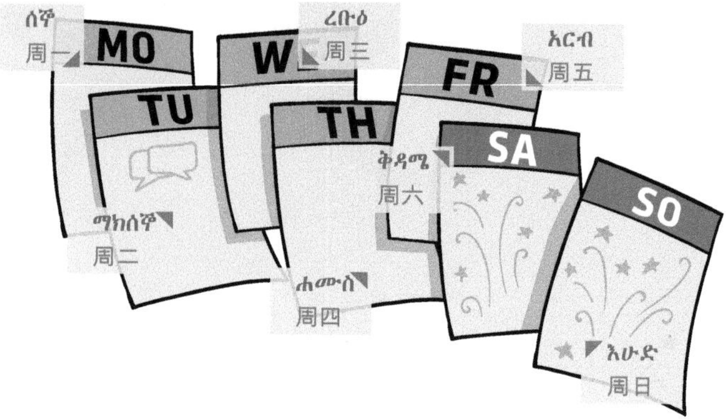

ትላንት

昨天

TUE 2 ×

ዛሬ

今天

TUE 3 ×

ነገ

明天

ማለዳ

早晨

ቀትር

中午

ምሽት

晚上

MO	TU	WE	TH	FR	SA	SU
1	2	3	4	5	6	7
8	9	10	11	12	13	14
15	16	17	18	19	20	21
22	23	24	25	26	27	28
29	30	31	1	2	3	4

የስራ ቀናት

工作日

MO	TU	WE	TH	FR	SA	SU
1	2	3	4	5	6	7
8	9	10	11	12	13	14
15	16	17	18	19	20	21
22	23	24	25	26	27	28
29	30	31	1	2	3	4

የዕረፍት ቀናት

周末

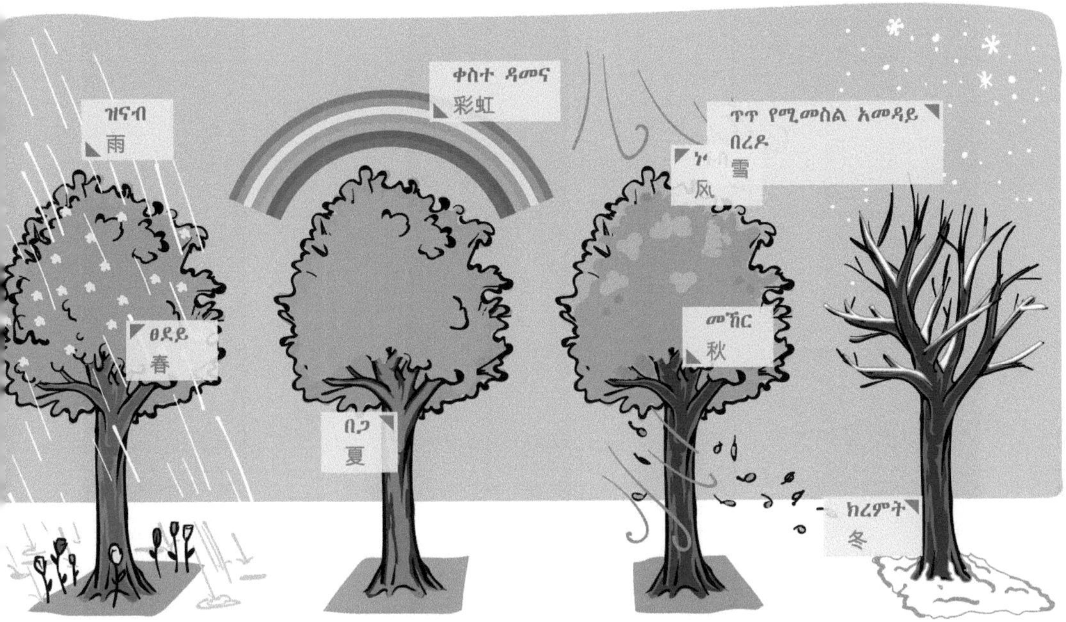

ዝናብ
雨

ቀስተ ደመና
彩虹

ጥጥ የሚመስል አመዳይ
በረዶ
雪

ነፋስ
风

በዓደይ
春

መኸር
秋

በጋ
夏

ክረምት
冬

4.APRIL	11°	☀
5.APRIL	4°	🌧
6.APRIL	13°	🌦
7.APRIL	8°	☀
8.APRIL	10°	☀

የአየር ሁኔታ ትንበያ

天气预报

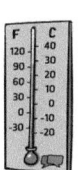

የሙቀት መለኪያ

温度计

የፀሀይ ሙቀት

阳光

ደመና

云

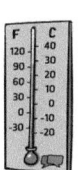

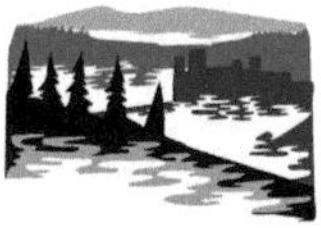

ጭጋግ

雾

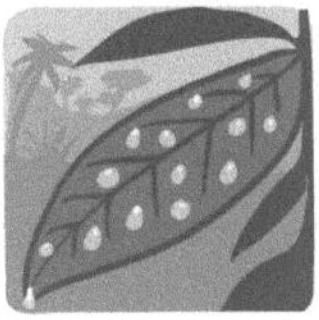

እርጥበታማነት

潮湿

መብረቅ

闪电

ነጎድጓድ

打雷

አዉሎ ንፋስ

风暴

የበረዶ ዝናብ

冰雹

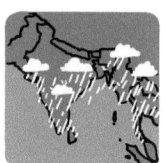

አዉሎ ንፋስ

季风

ጎርፍ

洪水

በረዶ

冰

ጥር

一月

የካቲት

二月

መጋቢት

三月

ሚያዚያ

四月

ግንቦት

五月

ሰኔ

六月

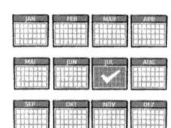

ሐምሌ

七月

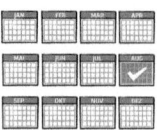

ነሀሴ

八月

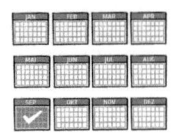

መስከረም

九月

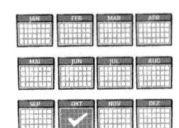

ጥቅምት

十月

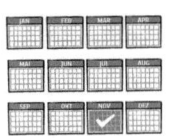

ህዳር

十一月

ታህሳስ

十二月

ቅርፆች

形状

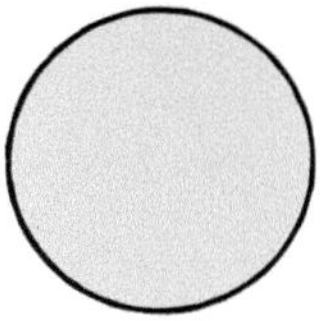

ክብ

圆形

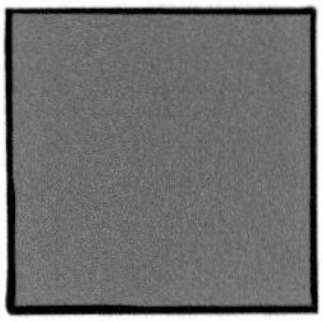

አራት ማዕዘን

正方形

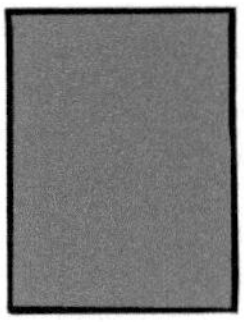

አራት ቀጥተኛ ማዕዘኖች ጎኖች ያሉት ቅርፅ

长方形

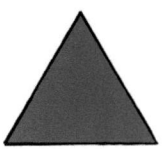

ሶስት ማዕዘን

三角形

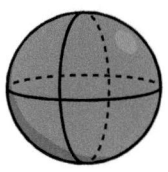

ሉል

球体

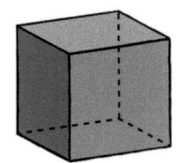

ስድስት ጎን ያለዉ ቅርፅ

立方体

ቀለማት

颜色

ነጭ

白

ቢጫ

黄

ብርቱካናማ

橙

ሮዝ

粉

ቀይ

红

ወይን ጠጅ

紫

ሰማያዊ

蓝

አረንጓዴ

绿

ቡኒ

棕

ግራጫ

灰

ጥቁር

黑

ተቃራኒዎች
反义词

ብዙ/ ጥቂት

很多/少许

ንዴት/ እርጋታ

生气/平静

ቆንጆ/ አስቀያሚ

美/丑

ጅማሬ/ ፍፃሜ

首/尾

ትልቅ/ ትንሽ

大/小

ደማቅ/ ደብዛዛ

明/暗

ወንድም/ እህት

兄弟/姐妹

ንፁህ/ ቆሻሻ

干净/肮脏

የተሟላ/ ያልተሟላ

完整/缺失

ቀን/ ምሽት

白天/晚上

የሞተ/ ህያዉ

死/生

ሰፊ/ ጠባብ

宽/窄

የሚበላ/ የማይበላ

可食用/非食用

ክፉ/ ደግ

邪恶/善良

ደስተኛ/ ድብርተኛ

兴奋/无聊

ወፍራም/ ቀጭን

胖/瘦

መጀመርያ/ መጨረሻ

第一/最后

ጓደኛ/ ጠላት

朋友/敌人

ሙሉ/ ጎዶሎ

满/空

ጠንካራ/ ለስላሳ

硬/软

ከባድ/ ቀላል

重/轻

ረሃብ/ ጥማት

饿/渴

ህመም/ ጤንነት

生病/健康

ህገወጥ/ ህጋዊ

非法/合法

ጎበዝ/ ደደብ

聪明/愚笨

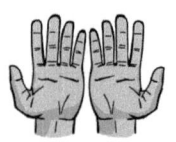

ግራ/ ቀኝ

左/右

ቅርብ/ ሩቅ

近/远

አዲስ/ አሮጌ

新/旧

ምንም/ የሆነ ነገር

没有/有些

ሽማግሌ/ ወጣት

老/幼

የበራ/ የጠፋ

开/关

ክፍት/ ዝግ

打开/合上

ፀጥታ/ ጫጫታ

安静/吵闹

ሃብታም/ ደሃ

富/穷

ትክክለኛ/ የተሳሳተ

对/错

ሻካራ/ ለስላሳ

粗糙/光滑

ሐዘን/ ደስታ

伤心/高兴

አጭር/ ረዥም

短/长

ዝግተኛ/ ፈጣን

慢/快

እርጥብ/ ደረቅ

湿/干

ሞቃት/ ቀዝቃዛ

温暖/凉爽

ጦርነት/ ሰላም

战争/和平

ተቃራኒዎች - 反义词

ቁጥሮች

数字

0	ዜሮ	零
1	አንድ	一
2	ሁለት	二
3	ሶስት	三
4	አራት	四
5	አምስት	五
6	ስድስት	六
7	ሰባት	七
8	ስምንት	八
9	ዘጠኝ	九
10	አስር	十
11	አስራ አንድ	十一

12

አስራ ሁለት
....
十二

13

አስራ ሶስት
....
十三

14

አስራ አራት
....
十四

15

አስራ አምስት
....
十五

16

አስራ ስድስት
....
十六

17

አስራ ሰባት
....
十七

18

አስራ ስስምንት
....
十八

19

አስራ ዘጠኝ
....
十九

20

ሃያ
....
二十

100

መቶ
....
百

1.000

ሺህ
....
千

1.000.000

ሚሊዮን
....
百万

ቋንቋዎች

语言

እንግሊዝኛ

英语

የአሜሪካ እንግሊዝኛ

美式英语

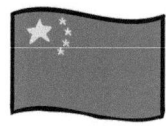

የቻይና ማንዳሪን

普通话

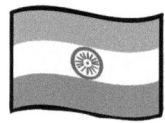

ሂንዱ

印地语

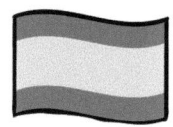

ስፓኒሽ

西班牙语

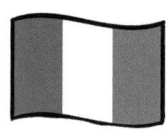

ፍሬንች

法语

አረብኛ

阿拉伯语

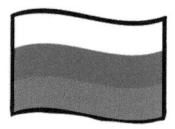

ራሺያኛ

俄语

ፖርቹጊዝ

葡萄牙语

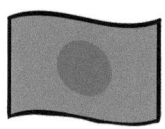

ቤንጋሊ

孟加拉语

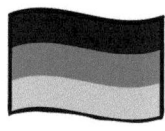

ጀርመን

德语

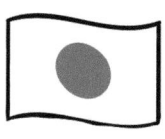

ጃፓንኛ

日语

ማን/ ምን/ እንዴት

谁/什么/怎样

እኔ

我

አንተ

你

እሱ/ እርሷ/ እቃዉ

他/她/它

እኛ

我们

አንተ

你们

እነርሱ

他们

ማን?

谁？

ምን?

什么？

እንዴት?

怎样？

የት?

哪里？

መቼ?

什么时候？

ስም

名字

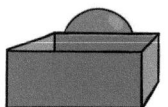

የት

方位

በስተጀርባ

后面

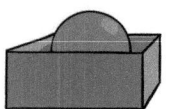

ዉስጥ

里面

ከፊት ለፊት

前面

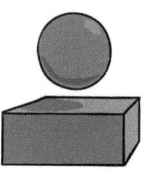

ከላይ

上方

ላይ

上面

ከስር

下面

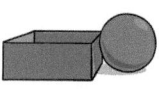

አጠገብ

旁边

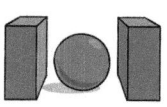

መሃከል

中间

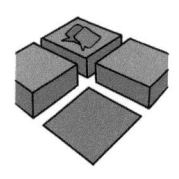

ቦታ

地点